HỎA NGỤC

BỘ SƯU TẬP NGHỆ THUẬT 72 BỨC TRANH

CỦA
DINO DI DURANTE

Hỏa Ngục
Bộ Sưu Tập Nghệ Thuật 72 Bức Tranh

của

Dino Di Durante

Ấn bản đầu tiên
10 9 8 7 6 5 4 3 2 1

Thư viện Quốc hội Mỹ: VAu 1-189-270

ISBN-10: 1628790520
ISBN-13: 978-1-62879-052-8

Để mua sách số lượng lớn vui lòng liên hệ:
Gotimna Publications, LLC
www.GotimnaPublications.com

Để mua các tác phẩm nghệ thuật vui lòng liên hệ:
Epic Art Collections, LLC
www.EpicArtCollections.com

TÔI DÀNH TẶNG TÁC PHẨM NÀY CHO
DANTE ALIGHIERI,
CÁC THẦY CÔ GIÁO CỦA CUỘC ĐỜI TÔI

VÀ

LUCIA YÊU QUÝ CỦA TÔI,
"ÁNH SÁNG" CỦA CUỘC ĐỜI TÔI,
NGƯỜI MÃI MÃI BẤT TỬ TRONG LÒNG TÔI VỚI
HÌNH ẢNH BEATRICE

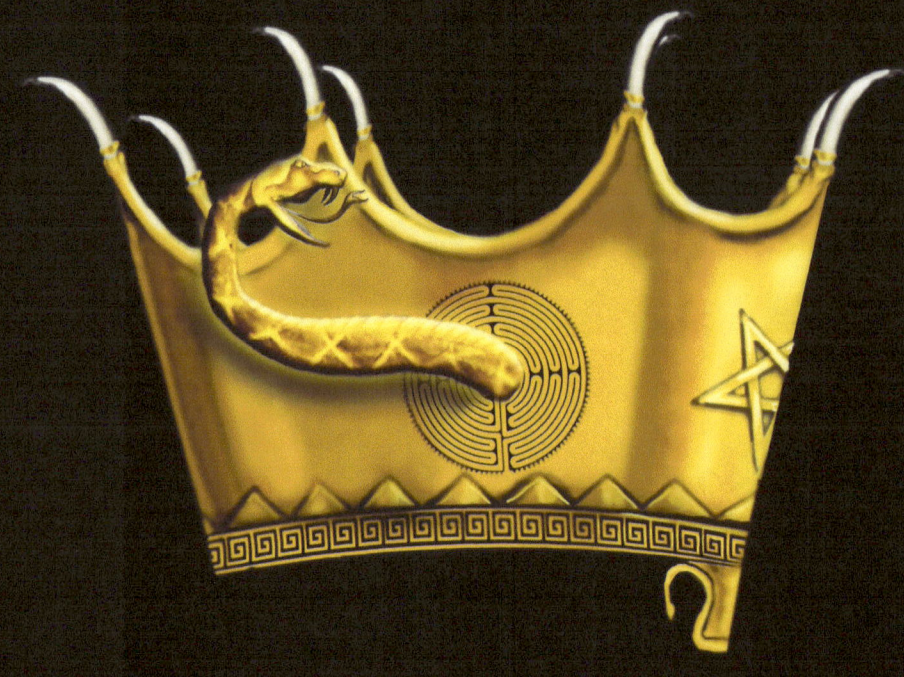

PHÁN QUYẾT
CUỐI CÙNG

LỜI MỞ ĐẦU

Dante Alighieri đã viết kiệt tác xuất chúng của ông, với tên gọi Thần khúc, vào giữa những năm 1302 và 1321. Trong suốt bảy thế kỷ qua, nhiều nghệ sĩ đã cố gắng tái hiện một cách trực quan sinh động tác phẩm này thông qua các bức vẽ và tranh ảnh. Trong số đó có những nghệ sĩ tiêu biểu như Sandro Botticelli, William Blake, Giovanni Stradano, Gustave Dore và Salvador Dali vĩ đại và còn rất nhiều cái tên khác nữa. Gustave Dore là người để lại tác phẩm nổi tiếng nhất, được ra mắt công chúng lần đầu tiên vào năm 1861. Một thế kỷ sau, Salvador Dali đã tái hiện bản trường ca này qua các bức tranh trừu tượng của mình. Tuy nhiên, theo các chuyên gia đến từ Ý, chỉ có một nghệ sĩ duy nhất, với tên gọi Sandro Botticelli, là người đã có thể chuyển tải một cách chính xác trường ca này vào những năm 1480. Ngày nay, có một nghệ sĩ đương đại đang muốn chinh phục thử thách này một lần nữa...

Dino Di Durante, một họa sĩ thiết kế ý tưởng, đã đảm nhận trọng trách làm sống lại địa ngục của Dante trên tranh vải. Mục tiêu của ông không chỉ là tái hiện lại một cách chính xác kiệt tác Hỏa ngục của Dante Alighieri, mà còn là cố gắng để ảnh hưởng và truyền bá thông tin đến những người chưa hề biết tới Thần khúc. Nghệ thuật ở đây không phải là các bản in litô đen và trắng như của Dore, cũng không phải là những bức tranh trừu tượng như của Salvador Dali được hoàn thành sau này. Thay vào đó, Di Durante đem đến cho người xem một bộ sưu tập phong phú với những bức tranh đầy màu sắc được chế tác công phu chưa từng có trước đây. Những diễn giải sâu sắc của ông về Địa Ngục vượt xa tất cả những người khác, những người đã từng cố gắng để mô tả lại những gì Dante Alighieri đưa vào tác phẩm của ông từ bảy thế kỷ trước.

Hành trình trực quan hóa Hỏa ngục của Dante được Dino Di Durante bắt đầu vào năm 2007 với ý tưởng thực hiện một cuốn truyện tranh, nhưng ngay sau đó ông đã mở rộng ý tưởng này thành sách minh họa và hoàn thành nó vào năm 2014. Lý do của quá trình làm việc lâu dài và gian khổ này là vì Di Durante là một nghệ sĩ có tầm nhìn xa và cũng là một giám đốc mỹ thuật luôn đòi hỏi sự cống hiến hết mình, phong cách độc đáo và sự chú ý đến từng chi tiết. Một phần bộ sưu tập nghệ thuật phong phú của ông được sử dụng trong một bộ phim hoạt hình được sản xuất đồng thời bằng cả tiếng Anh và nguyên gốc tiếng Ý, lần lượt với tiêu đề "Phim Hoạt hình Địa Ngục của Dante" và "Inferno Dantesco Animato". Toàn bộ 72 bức tranh trong bộ sưu tập nghệ thuật độc đáo của ông đã được sử dụng trong bộ phim "Hỏa ngục của Dante" với sự tham gia của hơn 30 nhân vật nổi tiếng, các giáo sư và chuyên gia từ Hoa Kỳ, Ý và Vatican.

Việc truyền tải và tái hiện những nhân vật tiêu biểu mà Di Durante lấy cảm hứng từ trường ca của Dante đã được thể hiện hết sức sống động trong những bộ phim này. Người xem được đồng hành cùng Dante và Virgil qua các tầng địa ngục khác nhau và được chiêm ngưỡng các tác phẩm biếm họa khắc họa chi tiết từng hình phạt dành cho các tội nhân dưới góc nhìn độc đáo của Dante. Theo chân các nhân vật hoạt hình, chúng ta được hóa thân thành các nhà thám hiểm trên chuyến du thuyền u ám xuống thế giới của những con người bị nguyền rủa vĩnh viễn. Giờ đây tất cả tác phẩm nghệ thuật được Di Durante lấy cảm hứng từ kiệt tác của Dante vốn từng xuất hiện trong những bộ phim trên đây đều được tập hợp trong cuốn sách này.

Dino Di Durante đã dành hết tâm huyết vào hành trình kỳ thú mang phần đầu tiên trong kiệt tác Thần khúc của Dante Alighieri vào đời thực dưới tất cả mọi hình thức. Từ các bộ phim ông đã thực hiện, cho đến cuốn sách đang nằm trên tay bạn, khó có ai có thể không thừa nhận rằng đây chính là một thành quả lao động xuất phát từ tình yêu thương.

Hãy lật sang trang và thưởng thức!
Armand Mastroianni
Giám đốc / Nhà sản xuất phim

Dino Di Durante

LỜI NÓI ĐẦU

Khi lên sáu, tôi bắt đầu vẽ bằng màu nước nhưng sau đó sớm chuyển sang màu keo vì tôi thích cảm giác kiểm soát mà loại màu vẽ này mang lại. Tôi vẽ nhân vật hoạt hình Disney trên gỗ bởi vì tôi không phải mất tiền mua. Sau một vài năm, tôi dừng vẽ tranh và chuyển sang nghiên cứu âm nhạc, nhiếp ảnh, vân vân và vân vân. Sau đại học tôi tìm về lại với cọ vẽ, lần này tôi sử dụng sơn acrylic trên chất liệu vải, và thay đổi phong cách thành vẽ tự do, còn được biết đến với tên gọi hội họa trừu tượng.

Thần khúc là cuốn sách mà gia đình tôi thường hay nhắc đến và bình luận. Tôi đã chờ cho đến khi trở thành sinh viên kỹ thuật tại Đại học California, Los Angeles (UCLA) để có cơ hội "nghiên cứu" nó trên giảng đường. Tôi đăng ký vào chuyên ngành khoa học cùng với một ngành phụ về văn học Ý. Tuy nhiên, khi tôi nhập học UCLA, tôi đã không theo học bất kỳ lớp học về kỹ thuật nào. Thay vào đó tôi đã đi thẳng đến đăng ký học Thần khúc, và sau đó là các nguyên tác của Dante Alighieri. Đây là trải nghiệm đáng nhớ trong thời gian tôi học Đại học. Thần khúc đã thay đổi cuộc sống của tôi trên nhiều phương diện. Tôi đã hoàn toàn bị mê hoặc như thể tôi đang được chính Dante đưa đến đến với thế giới bên kia. Tuy nhiên, tôi đã rất khó hình dung ra câu chuyện và khi tôi xem hình minh họa của Gustave Dore trong lúc đọc sách, đôi lúc tôi cũng cảm thấy khá khó hiểu. Tôi không thể tìm thấy bất cứ điều gì khác ở thư viện vào thời điểm đó và Internet thì vẫn chưa xuất hiện.

Nhiều năm sau đó, tôi bắt đầu triển khai một sê ri báo ảnh về Hỏa ngục của Dante. Trong quá trình này tôi đã có cơ hội sản xuất một bộ phim với cùng chủ đề, có tiêu đề là Hỏa ngục của Dante. Sau khi thực hiện một số nghiên cứu, tôi nhận ra rằng trên thị trường không có đủ các tranh minh họa để thực hiện một bộ phim đúng nghĩa. Tôi quyết định thay đổi hành trình, ngưng phát hành báo ảnh, và bắt đầu một cuộc hành trình mới vào Địa Ngục, từ tầng đầu tiên (Rừng Tối) đến tầng cuối cùng (Những ngôi sao trong Luyện Ngục).

Sandro Botticelli, người đã chuyển thể gần như hoàn hảo Thần khúc vào những năm 1480, đã buộc phải trở thành hình mẫu để tôi noi theo sau khi chuyên gia Riccardo Pratesi chứng kiến những lần tôi làm việc thiếu chính xác. Ông lưu ý tôi rằng tôi đang mắc một số lỗi và cần phải sửa nếu như tôi muốn tạo ra một bản chuyển thể nghiêm túc về Hỏa ngục của Dante trên sách và phim ảnh. Khi Riccardo đề nghị tư vấn miễn phí cho tôi, tôi ngay lập tức chớp lấy cơ hội này vì ông cũng là một người yêu mến Dante nhiều như tôi vậy. Trước khi Riccardo trở thành một thành viên trong nhóm , tôi đã từng làm việc với Avetik Balaian, người đã giúp tôi thiết kế bối cảnh cũng như thực hiện các chỉnh sửa cần thiết để ra mắt công chúng bộ sưu tập tranh chưa từng thấy trước đây. Tất cả các chi tiết, màu sắc rực rỡ, và các mô phỏng chính xác được hoàn thành đều nhờ vào cả hai nhân tài, Riccardo và Avetik, cũng như bản phác họa và tranh vẽ của Sandro Botticelli.

DINO DI DURANTE

Lời cảm ơn

Có rất nhiều người tôi muốn cảm ơn, mà chỉ riêng một trang sách này thôi sẽ không đủ, không chỉ bởi khuôn khổ hạn hẹp của bài viết mà còn vì thật khó để có thể diễn tả thành lời tất cả những cảm xúc trong tôi.

Đầu tiên tôi phải cảm ơn Chúa vì đã ban cho tôi sứ mệnh tuyệt vời để chia sẻ Thần khúc với toàn bộ phần còn lại của thế giới.

Cảm ơn Dante Alighieri, người đánh thức tâm trí tôi và chỉ cho tôi thấy thế giới thực và con đường để khám phá bản thân và tìm ra sứ mệnh của mình.

Cảm ơn Lucia thân yêu của tôi, người tôi không chỉ dành tặng toàn bộ thành quả này cho cô ấy, mà còn vì tình yêu thương vô điều kiện, sự hỗ trợ và soi sáng mà cô ấy mang đến cho cuộc sống của tôi.

Cảm ơn mẹ tôi vì tình yêu thương và sự hỗ trợ vô điều kiện kể từ khi tôi bắt đầu vẽ tranh ở tuổi lên sáu.

Cảm ơn Carlos, người đã lát những viên gạch trên bước đường tôi đi để tôi có thể hoàn thành sứ mệnh trong cuộc đời này.

Đặc biệt là, xin cảm ơn Riccardo Pratesi, vì những hình ảnh chuyển thể Hỏa ngục của Dante sẽ không còn chính xác nếu thiếu ông ấy.

Cảm ơn nhà sản xuất phim và đạo diễn Armand Mastroianni, những người không chỉ viết tặng tôi lời nói đầu trong cuốn sách này, mà còn luôn luôn bên cạnh góp ý cho tôi.

Cảm ơn Giáo sư Massimo Ciavolella, người ủng hộ đầu tiên đối với tác phẩm này của tôi, vì ông đã luôn mở rộng cửa chào đón tôi tại Khoa Ý học tại UCLA (Đại học California, Los Angeles). Thêm vào đó, ông cũng giúp tôi thuyết trình một phần tác phẩm của mình tại Đại học Rome "La Sapienza" ở Rome, Italy.

Cảm ơn Pablo Atchugarry vì đã tin tưởng vào tác phẩm của tôi, và cho phép tôi tổ chức triển lãm tác phẩm tại học viện tiếng tăm của mình trong khu nghỉ dưỡng mùa hè sang trọng tại Punta del Este - Uruguay, để tôi có thể giới thiệu 50 tác phẩm của bộ sưu tập nghệ thuật về Hỏa ngục của mình vào đầu năm 2011.

Cảm ơn người bạn thân Jeff Conaway, vì luôn là người ủng hộ tôi từ những ngày đầu tiên, và luôn và khuyến khích tôi tiếp tục kiên trì mặc dù công việc mất nhiều thời gian và tẻ nhạt.

Cảm ơn tất cả các chuyên gia đã tán thưởng, và góp tên trong cuốn sách này nhằm khuyến khích những người khác cùng tìm hiểu về tác phẩm của tôi.

Cảm ơn Cô Phạm Lại Thiên Kim, dịch giả 9X đến từ thành phố Hồ Chí Minh, Việt Nam vì đã dịch cuốn sách này sang tiếng Việt.

Cuối cùng, nhưng không kém phần quan trọng, tôi xin được gửi lời cảm ơn không chỉ đến tất cả các cộng tác viên, mà còn đến tất cả mọi người đã và đang tham gia vào chuyến hành trình của tôi.

Dino Di Durante

GIỚI THIỆU

Bộ sưu tập nghệ thuật Hỏa ngục của Dante ngay từ khi đang vẫn còn trong quá trình thực hiện đã được ra đưa ra trưng bày lần đầu tại Pablo Atchugarry Foundation trong khu nghỉ dưỡng mùa hè sang trọng tại Punta del Este - Uruguay, từ ngày 12 tháng một đến ngày 28 tháng 2, năm 2011. Tại thời điểm đó, bộ sưu tập vẫn chưa được hoàn thành và mới chỉ có 50 bức tranh được triển lãm.

Một vài năm sau, tôi đã có cơ hội để giới thiệu bộ sưu tập gần như hoàn chỉnh tại Comic Con ở San Diego. Toàn bộ 72 bức trong bộ sưu tập nghệ thuật về Hỏa ngục của Dante đã mất hơn bảy năm để hoàn thành, bắt đầu từ đầu năm 2007 đến cuối năm 2014. Mỗi tranh minh họa có tới hơn 50 phiên bản, một số tranh thậm chí còn có hơn 100 phiên bản, nhưng chỉ có một bản vẽ hoàn hảo nhất được lựa chọn.

Mỗi bức tranh được in trong cuốn sách này đều đi kèm với một lời mô tả ngắn gọn bên dưới, giúp bạn có thể theo dõi câu chuyện dễ dàng. Với mã QR in bên dưới mỗi bức tranh, bạn có thể dùng điện thoại thông minh hoặc máy tính bảng quét qua, giúp bạn thuận tiện hơn trong việc hiểu được câu chuyện phức tạp này. Khi bạn quét mã QR màu vàng, bạn có thể đọc được các đoạn văn liên quan trong phiên bản sách điện tử trực tuyến miễn phí của chúng tôi về Hỏa ngục. Khi bạn quét mã QR màu bạc bạn có thể lựa chọn để mua bức tranh đó với các kích thước và thông qua các giao diện khác nhau.

Tôi đã làm việc rất chăm chỉ để giúp bạn có thể dễ dàng hiểu câu chuyện đậm chất triết lý và khá phức tạp này. Để thực hiện nhiệm vụ này, tôi hình dung chính mình đang ở trong Địa Ngục với một góc nhìn bao quát toàn diện và tái hiện lại chúng trong bộ sưu tập nghệ thuật mà bạn đang chuẩn bị thưởng thức sau đây. Giờ đây, bạn có cơ hội để đánh giá và cho tôi biết liệu tôi đã thật sự hoàn thành được mục tiêu này chưa.

Dante Alighieri đã viết nên kiệt tác văn học của ông, Thần khúc, giúp chúng ta tìm hiểu về cuộc sống của chính mình - quá khứ, hiện tại và tương lai. Vì tôi đã trải nghiệm những triết lý sâu sắc của trường ca, tôi hy vọng tác phẩm của mình sẽ phản ảnh chân thực và chính xác nhất nội dung trong trường ca của Dante và chuyển thể một cách sống động nhất thông điệp của nhà thơ đến bạn đọc, và bạn có thể tìm ra được mục đích của bạn trong cuộc sống này.

Chúa phù hộ cho bạn!

DINO DI DURANTE

Khúc Mở Đầu: Năm 1300 - Cuma, Ý

Dante thấy mình lạc trong rừng tối

CON DÃ THỨ THỨ NHẤT

Một con báo chặn đường Dante

CON DÃ THÚ THÚ BA
Sói cái chặn đường Dante

Virgil Xuất Hiện

Virgil cứu Dante thoát khỏi nanh vuốt con sói đói

DANTE ÔM LẤY VIRGIL

DANTE NGẠC NHIÊN TRƯỚC HÌNH DÁNG NGƯỜI ANH HÙNG ĐÃ CỨU MÌNH

Beatrice từ thiên đường xuống chốn U Minh

Virgil ngắm nhìn hết sức kinh ngạc

BEATRICE DÂN HIỆN THÂN GIỮA CHỐN U MINH VIRGIL CÚI CHÀO BEATRICE

Virgil cúi chào Beatrice

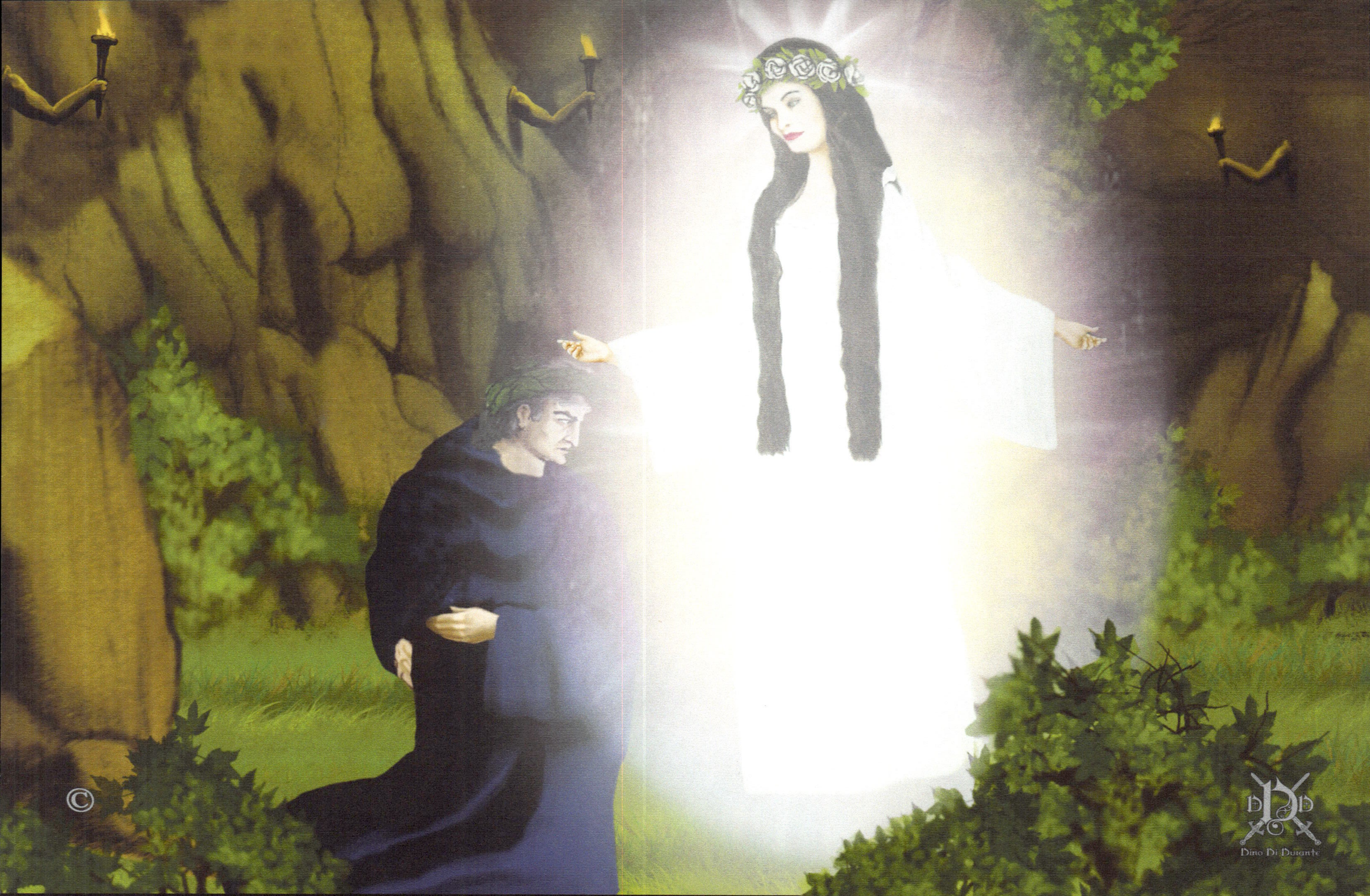

Sứ mệnh của Virgil

Beatrice nhờ Virgil dẫn Dante qua Địa Ngục và Luyện Ngục

LỐI VÀO ĐỊA NGỤC – CUMA, Ý

VIRGIL VÀ DANTE NHÌN XUỐNG LỐI VÀO ĐỊA NGỤC BÊN DƯỚI

Cổng Địa Ngục

Các ký tự tiếng Do Thái ngay phía trên lối vào: "Hãy Đi Xuyên Qua Ta..."

Hang Động Dẫn Vào Địa Ngục

Dante và Virgil đi về hướng thành phố đau khổ

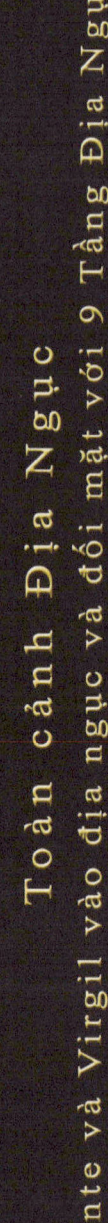

Toàn cảnh Địa Ngục

Dante và Virgil vào địa ngục và đối mặt với 9 Tầng Địa Ngục

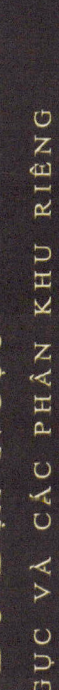

Sơ Đồ Địa Ngục

9 tầng Địa Ngục và các phân khu riêng

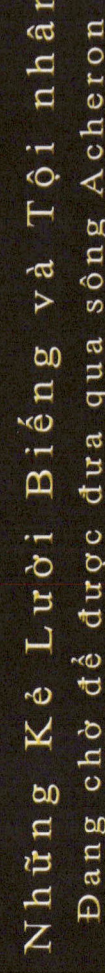

Những Kẻ Lười Biếng và Tội nhân
Đang chờ để được đưa qua sông Acheron

Charon – Tên Quỷ Với Cặp Mắt Rực Lửa

Charon đến để đưa tội nhân đến bờ bên kia

Charon chạm trán với các nhà thơ
Dante bị đe dọa và nép sau lưng Virgil

Dante Ngất Xỉu

Charon đánh đập tội nhân và Dante không thể chứng kiến nỗi thống khổ của họ

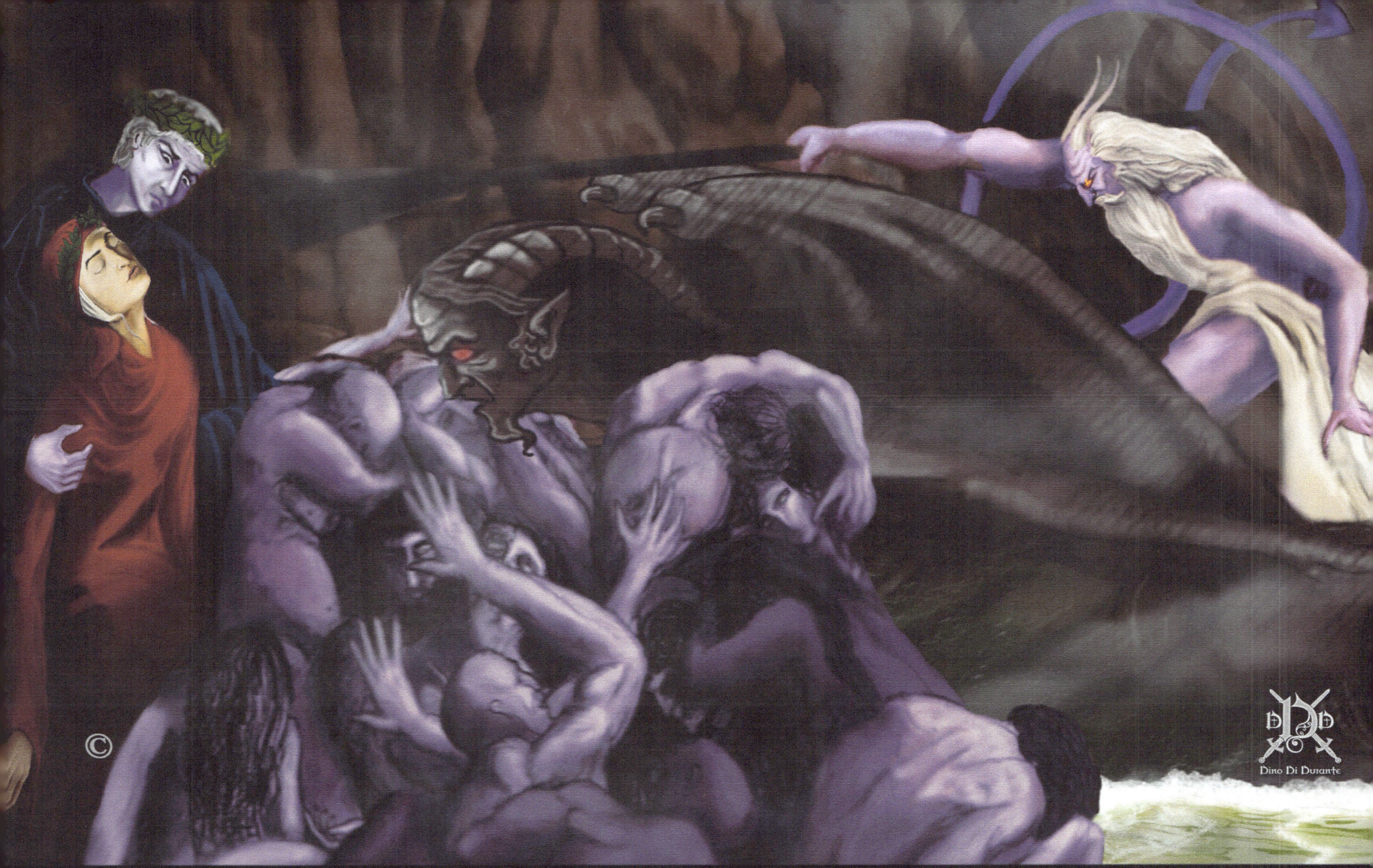

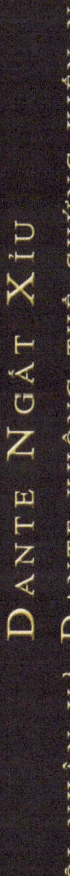

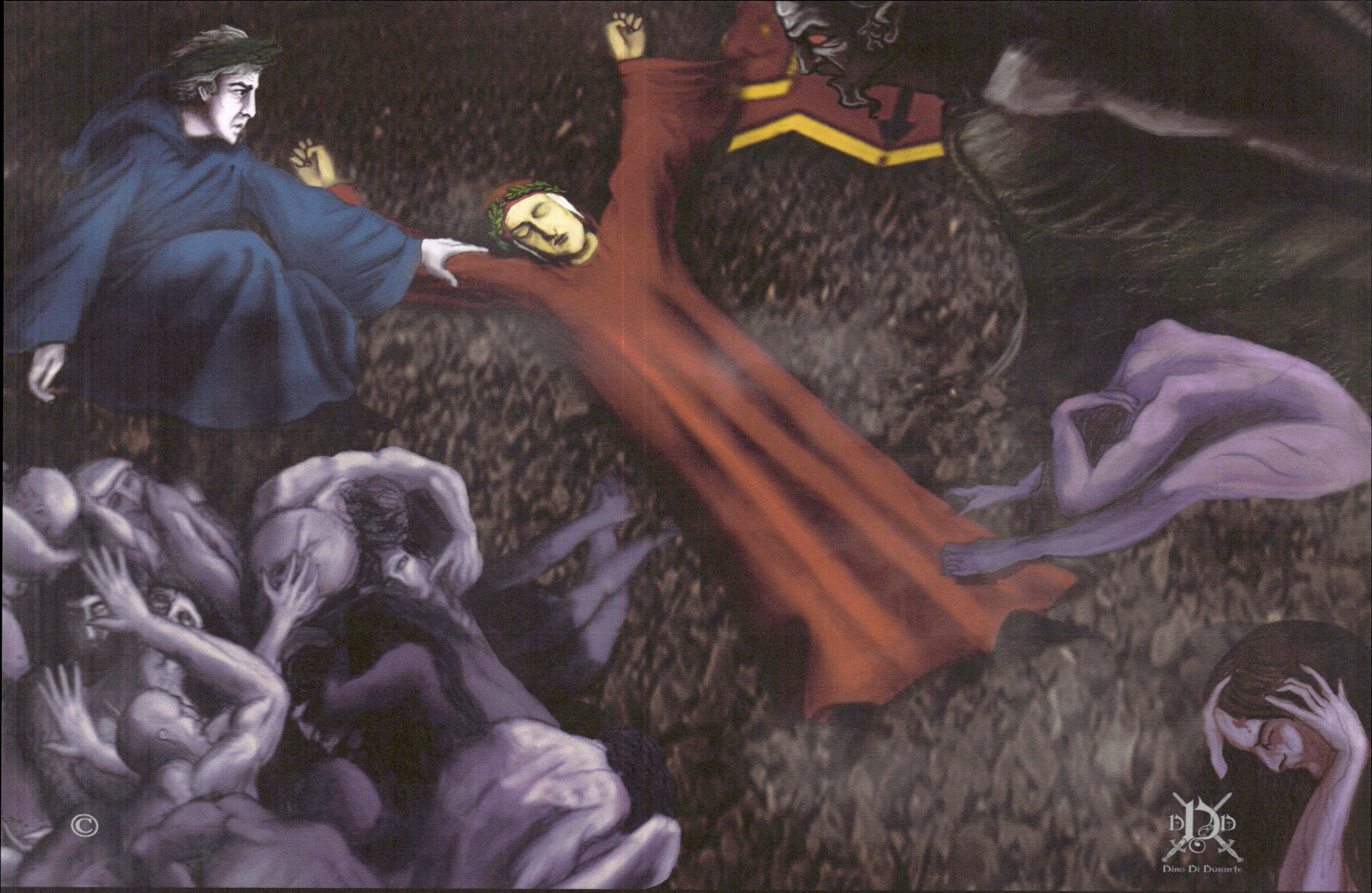

Dante Ngã Xuống

Ông bị bao vây bởi các tội nhân và được Virgil trợ giúp

BĂNG QUA SÔNG ACHERON

CHARON CHỞ TỘI NHÂN CÙNG VỚI DANTE VÀ VIRGIL

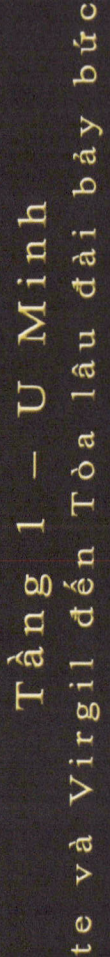

Tầng 1 – U Minh

Dante và Virgil đến Tòa lâu đài bảy bức tường

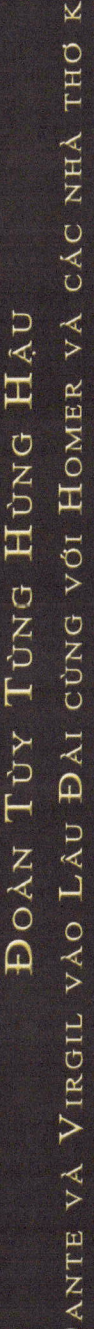

ĐOÀN TÙY TÙNG HÙNG HẬU

DANTE VÀ VIRGIL VÀO LÂU ĐÀI CÙNG VỚI HOMER VÀ CÁC NHÀ THƠ KHÁC

Τερψιχόρη

NHỮNG LINH HỒN VĨ ĐẠI TẠI U MINH

DANTE VÀ VIRGIL GẶP SOCRATES, JULIUS CAESAR, ARISTOTLES ...

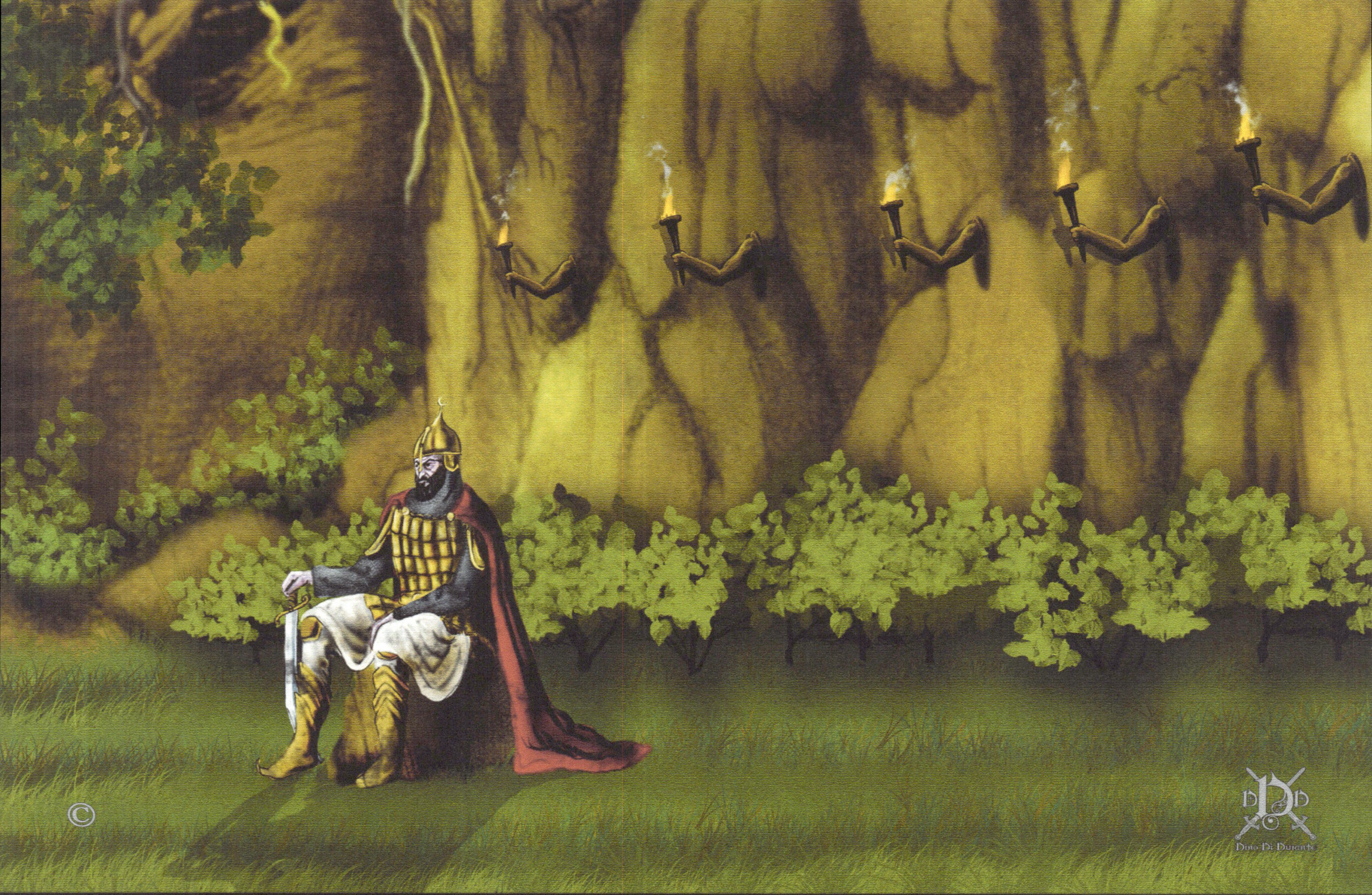

Chinh Phạt

Các nhà chỉ huy vĩ đại đã từng tha tội cho quân thập tự chinh chiến bại

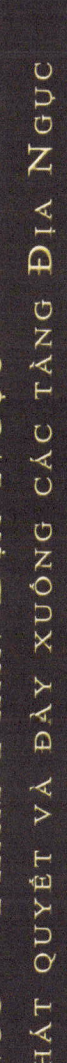

MINOS - THẨM PHÁN ĐỊA NGỤC

TỘI NHÂN ĐƯỢC PHÁT QUYẾT VÀ ĐẨY XUỐNG CÁC TẨNG ĐỊA NGỤC

Tầng 2 – Nhục Dục
Cleopatra và Marc Anthony

Tầng 2 – Nhục Dục

Dante ngất xỉu trước Paolo và Francesca

Tầng 3 – Phàm Ăn

Virgil ném bùn vào Cerberus để trấn tĩnh nó

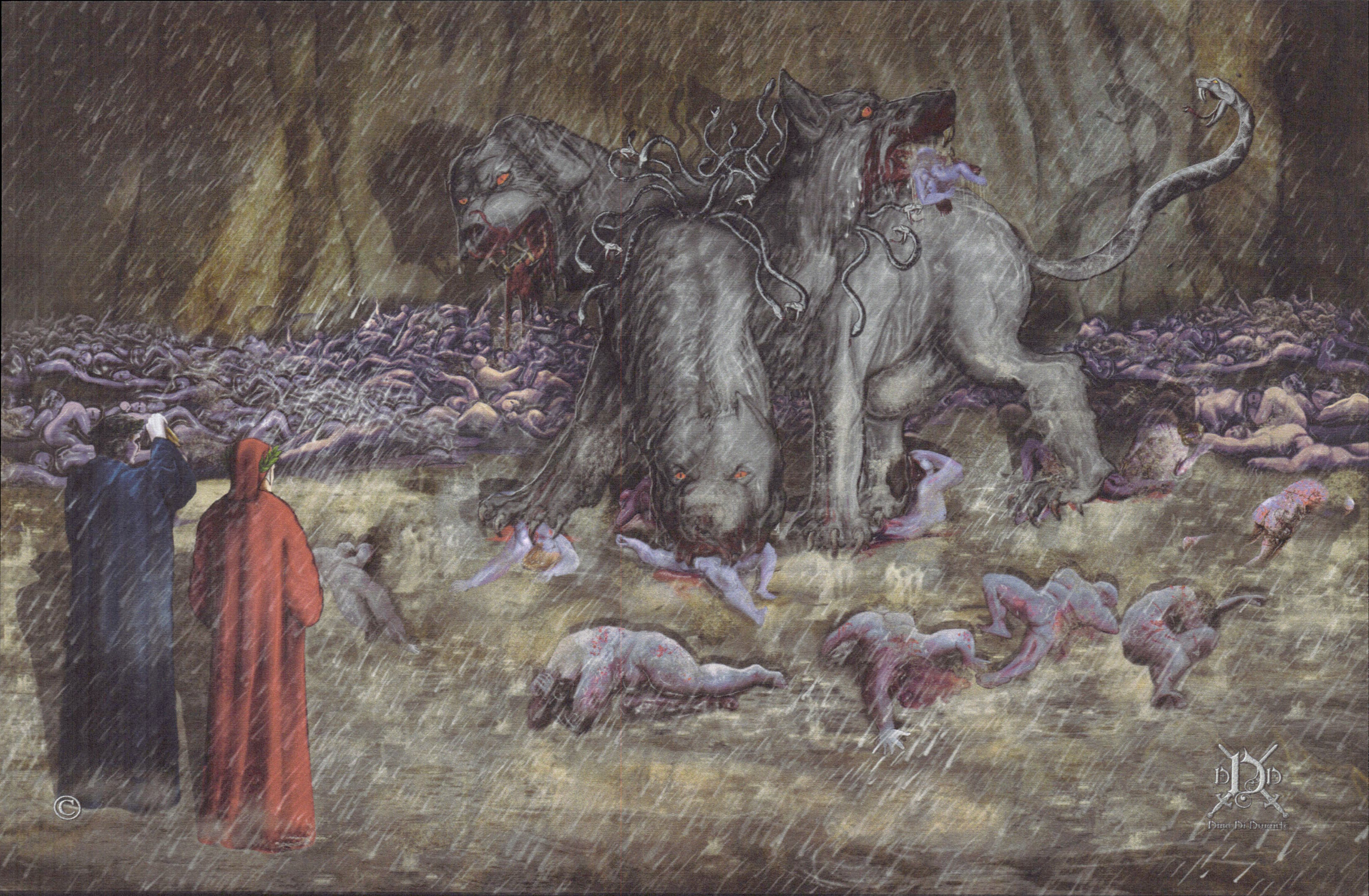

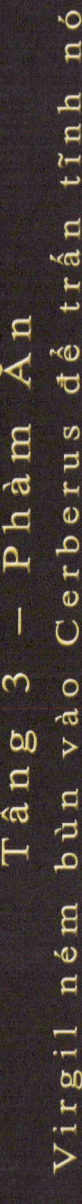

Tầng 4 – Đầu Cơ Tích Trữ

Thần Plutus hét lên giận dữ "Pape Satan, Pape Satan Aleppe!"

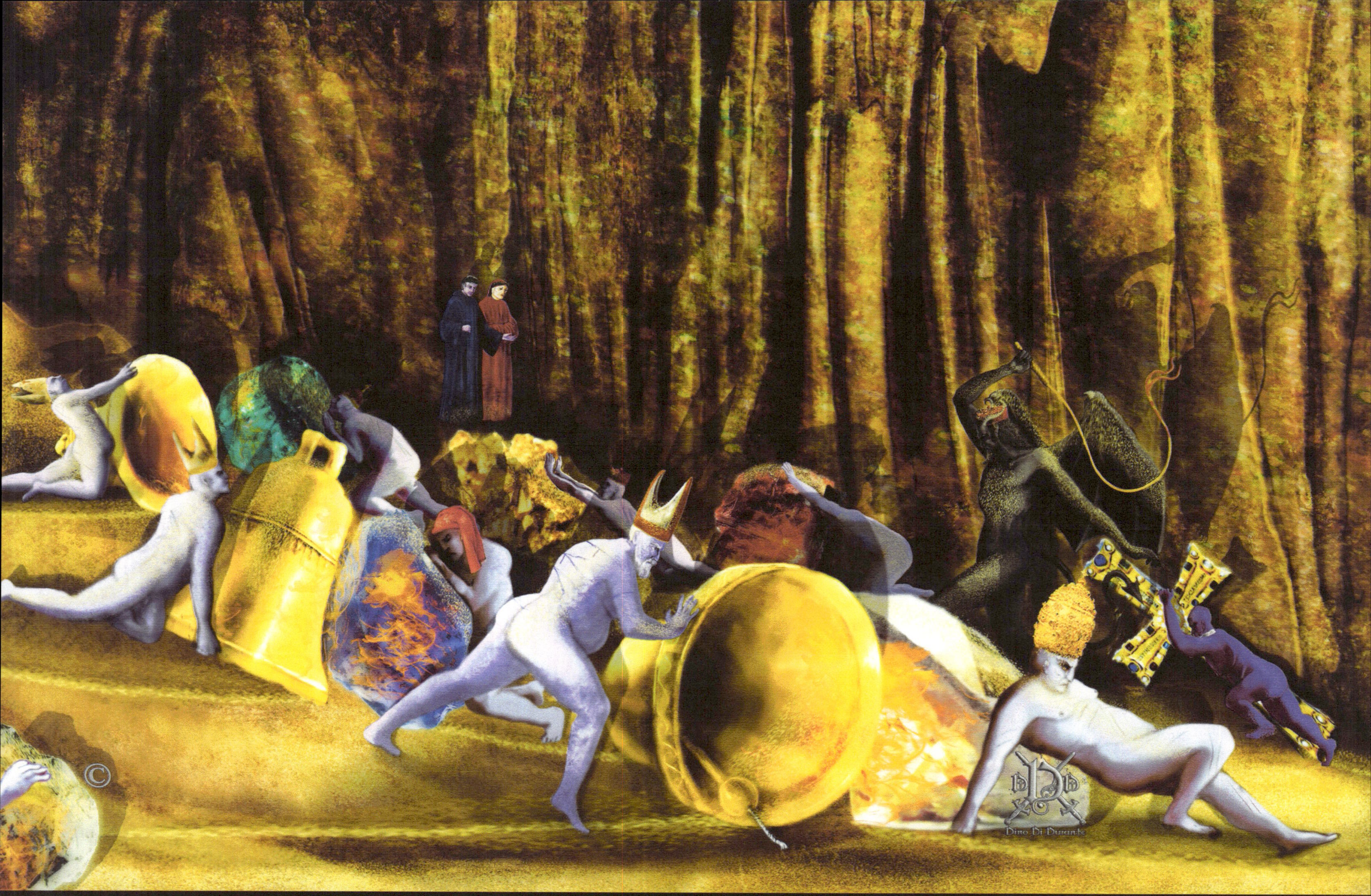

Tầng 4 – Tham Lam và Hoang Phí

Các tội nhân phải đẩy những khối nặng đâm sầm vào nhau và quay vòng trở lại

TẦNG 5 - THỊNH NỘ VÀ RẦU RĨ
PHLEGYAS ĐƯA DANTE VÀ VIRGIL QUA SÔNG STYX

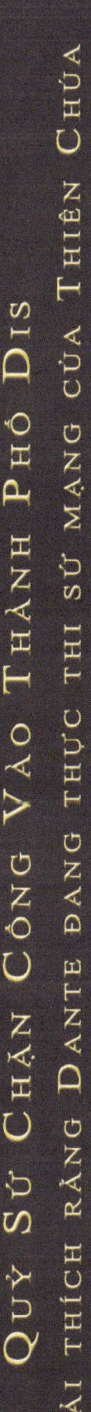

Quỷ Sứ Chặn Cổng Vào Thành Phố Dis

Virgil giải thích rằng Dante đang thực thi sứ mạng của Thiên Chúa

Người Đưa Tin Của Thiên Chúa Xuất Hiện
Ông di chuyển trên sông Styx về phía Cổng vào Dis

Thiên Thần Đưa Quỷ Sứ Đi Khỏi Và Mở Các Cánh Cửa Dẫn Đến Dis

Dante cúi chào và cả hai nhà thơ tiến vào các phần dưới của Địa Ngục

Medusa Và Những Nạn Nhân Mới Nhất
Cơ thể hóa đá của Polydectes và các quý tộc

Tầng 6 - Dị Giáo

Dante nói chuyện với Farinata và Cavalcanti

Tầng 7: Vòng 1 - Bọn Giết Người Chìm Trong Dòng Sông Máu Sôi

Virgil bay lên. Nessus cõng Dante qua sông Phlegethon

Vòng 1 - Bọn Giết Người Chìm Trong Dòng Sông Máu Sôi

Virgil bay lên. Nessus cõng Dante qua sông Phlegethon

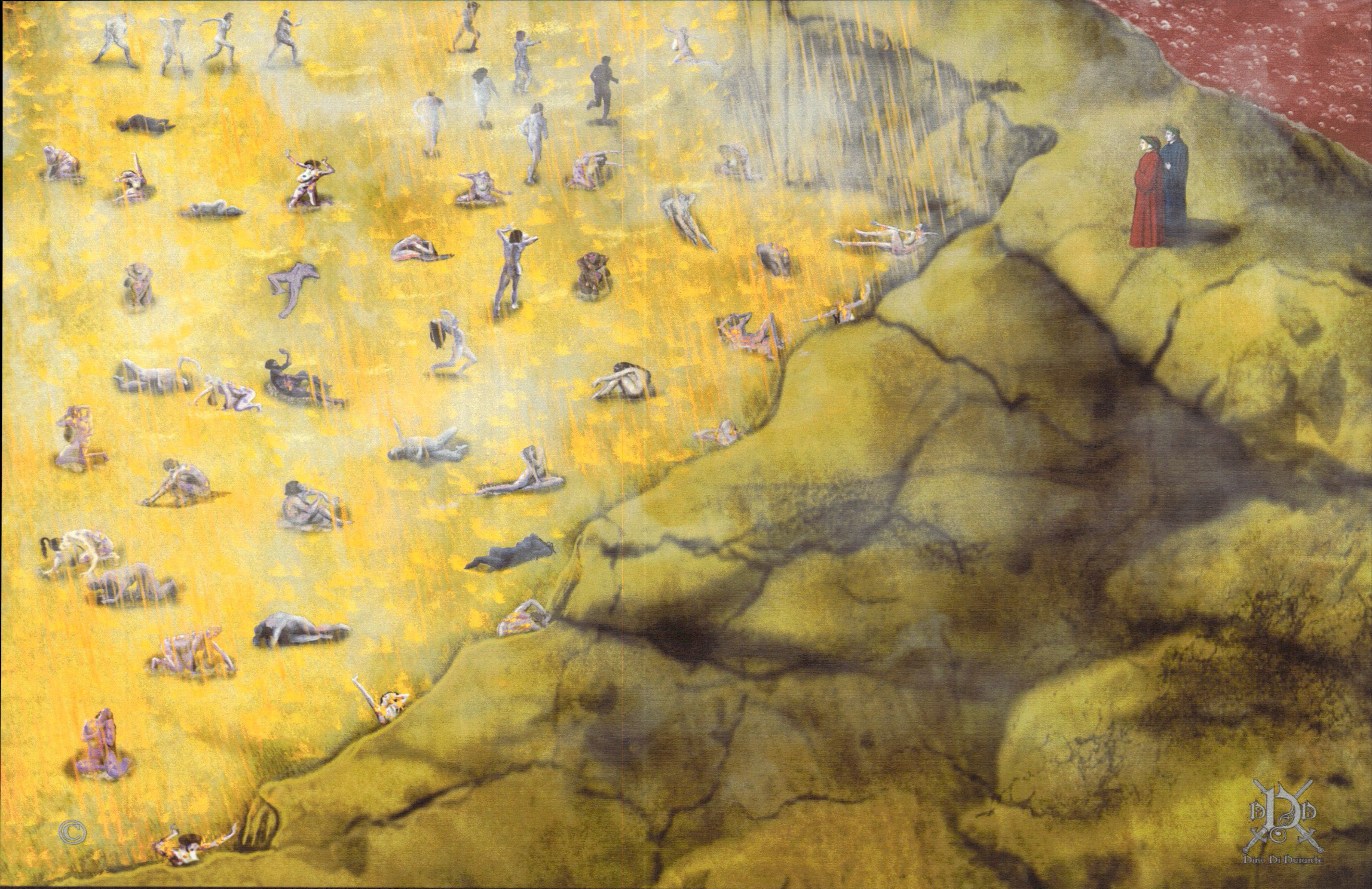

Những tội đồ Bạo Lực bị đày đọa dưới Cơn Mưa Lửa
Bọn Nguyền Rủa, Khinh Miệt Chúa và Bọn Cho vay Nặng Lãi

VÁCH ĐÁ DỰNG ĐỨNG

Virgil ra hiệu cho Geryon bằng cách ném dây thừng của Dante xuống bờ vực thẳm

Geryon Đến

Dante và Virgil cưỡi trên lưng của Geryon xuống Thung Lũng Thăm Sâu

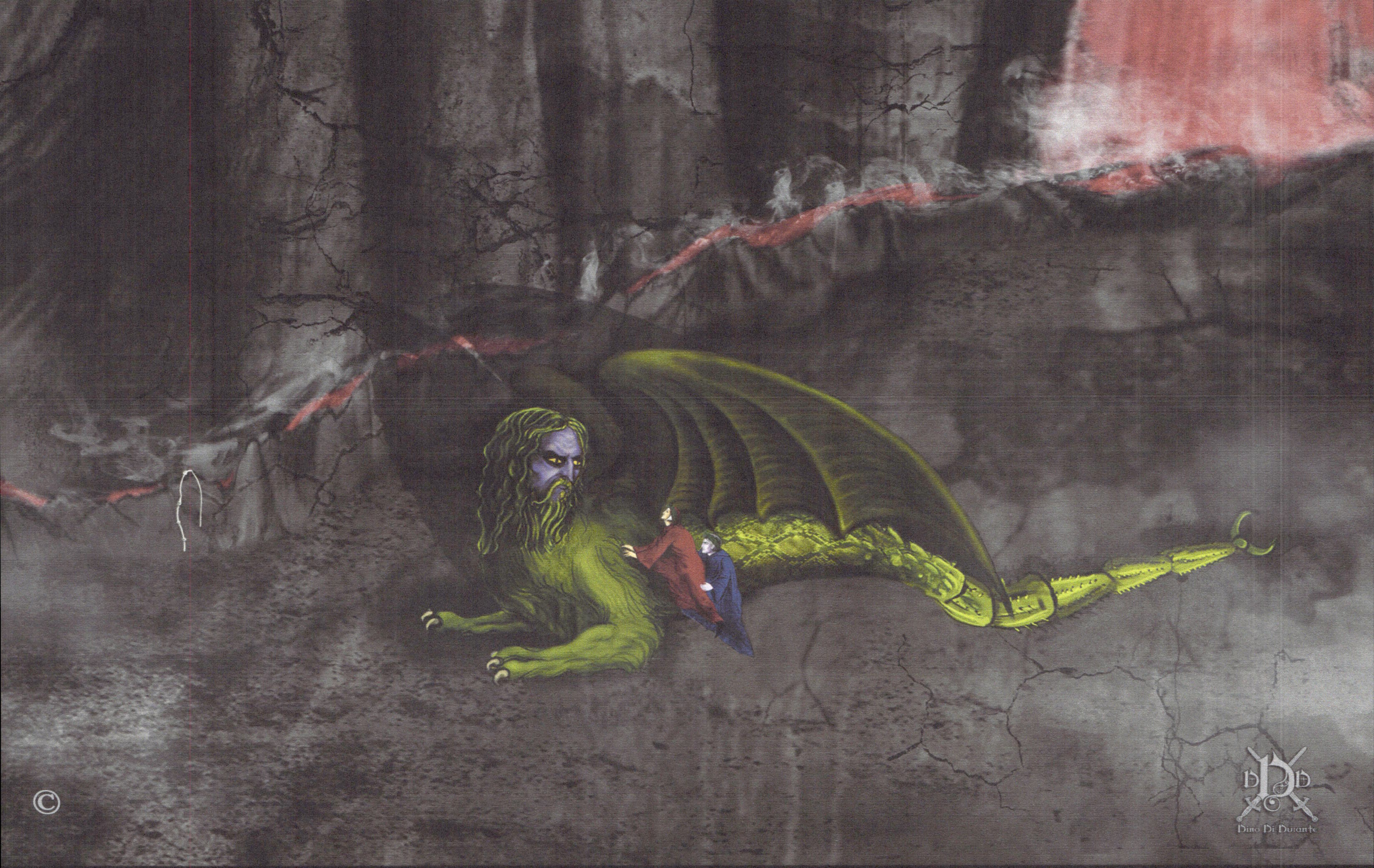

Geryon Hạ Cánh

Dante và Virgilđáp xuống Thung Lũng Thảm Sầu

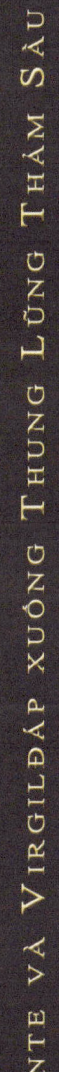

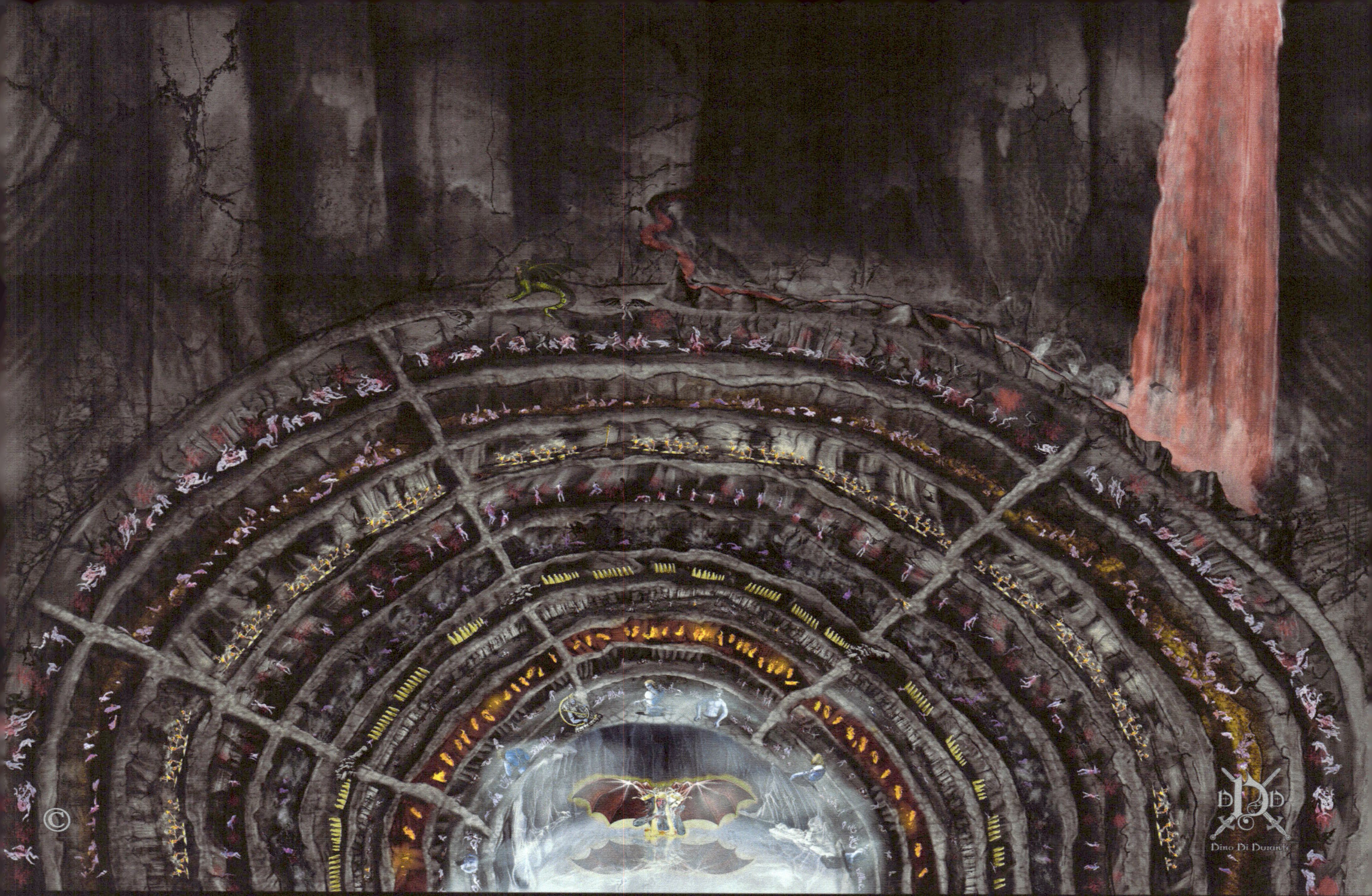

Tầng 8: Thung Lũng Thảm Sầu, và Tầng thứ 9 bên Dưới

Tầng 8, Thung Lũng Thăm Sâu, Gian Trá- Ngục Thứ Nhất
Bọn Ma Cô và Bọn Dụ Dỗ bị Quỷ sứ Quỷ sứ phạt roi

TẦNG 8, THUNG LŨNG THẲM SÂU — GIAN TRÁ: NGỤC THỨ HAI

Bọn Xu Nịnh trong một hố phân

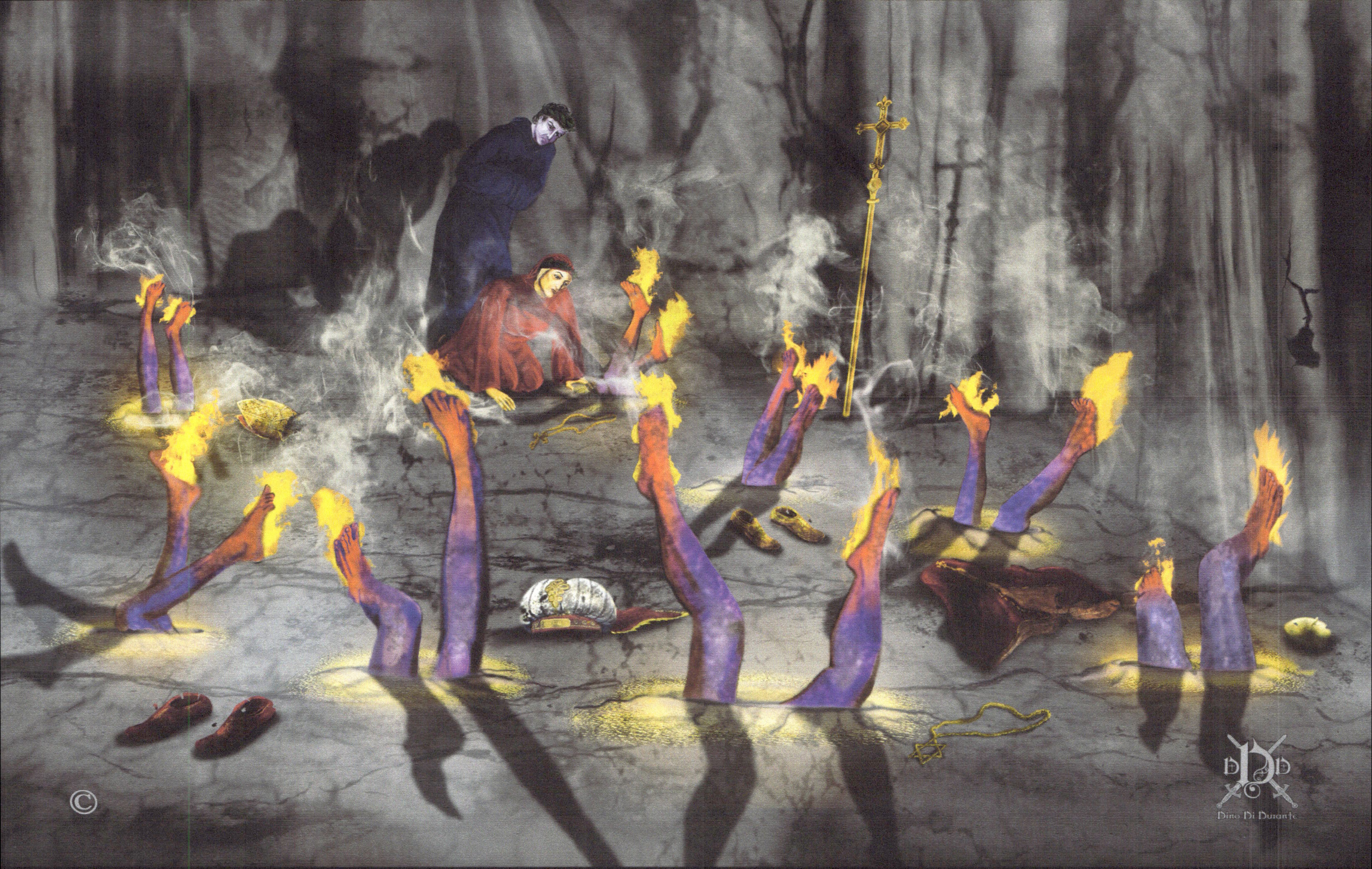

Tầng 8, Thung Lũng Thẳm Sâu, Gian Trá: Ngục Thứ Tư

Bọn Pháp Sư, Thầy Bói, Tiên Tri gian dối

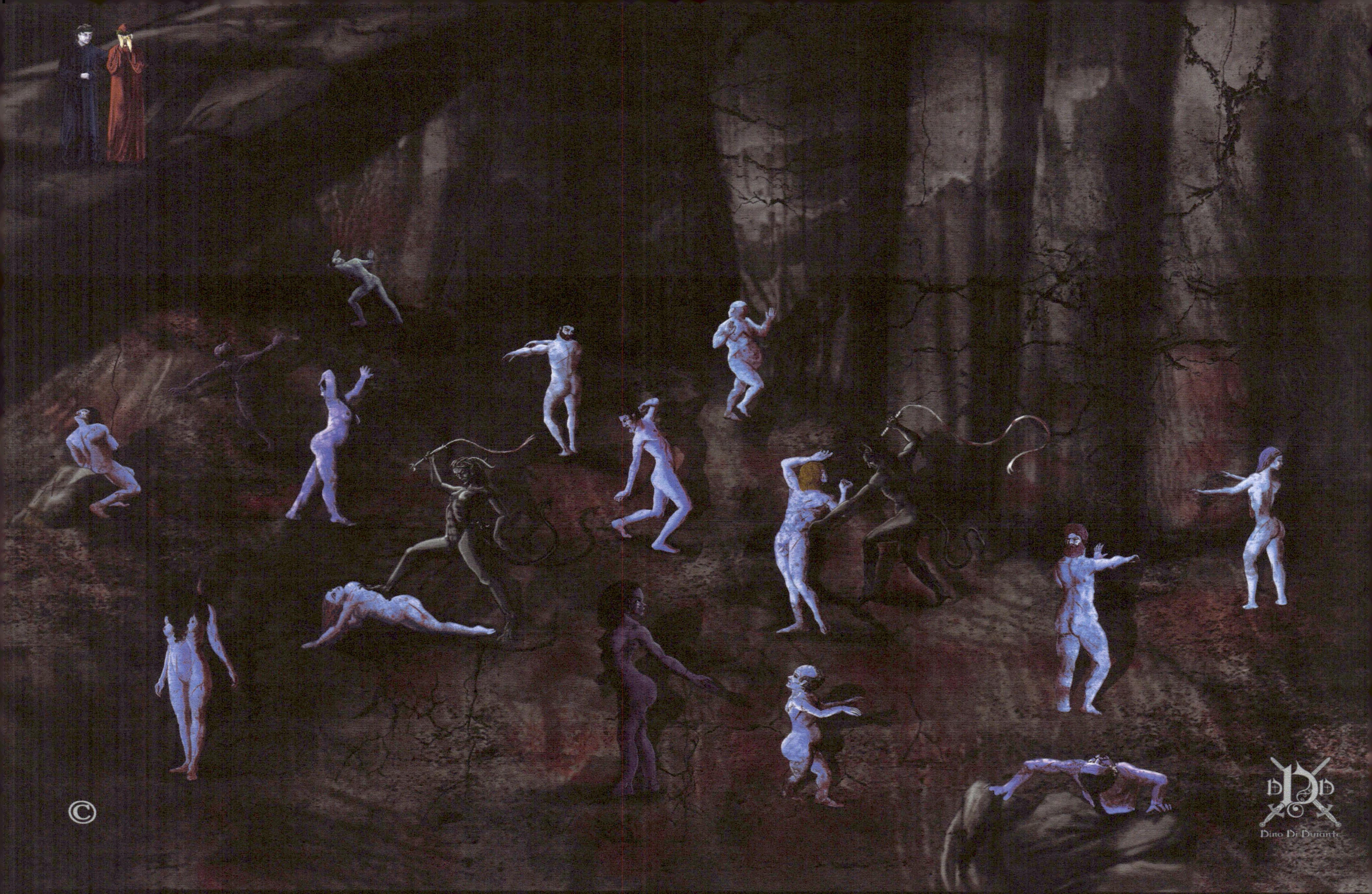

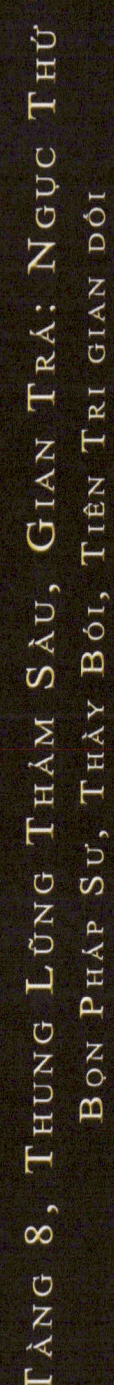

TẦNG 8, THUNG LŨNG THẨM SẮC, GIAN TRÁ: NGỤC THỨ NĂM
BỌN ĂN HỐI LỘ: CÁC CHỨC SẮC THAM NHŨNG TRONG THÙNG NHỰA SÔI

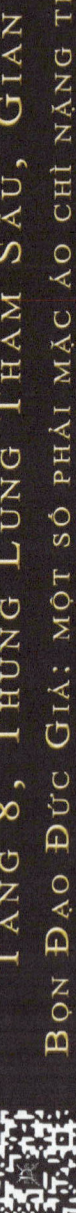

Tầng 8, Thung Lũng Thăm Sâu, Gian Trá: Ngục Thứ Sáu

Bọn Đạo Đức Giả: một số phải mặc áo chì nặng trịu, một số khác bị đóng đinh

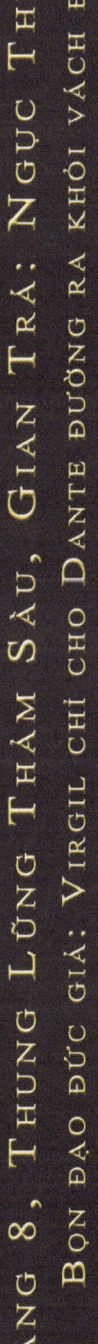

Tầng 8, Thung Lũng Thăm Sâu, Gian Trá: Ngục Thứ Sáu
Bọn đạo đức giả: Virgil chỉ cho Dante đường ra khỏi vách đá

TẦNG 8, THUNG LŨNG THÂM SÂU, GIAN TRÁ: NGỤC THỨ BẢY
Bọn ăn trộm đồ thờ Chúa bị rắn cắn rồi lấy lại hình hài người

Tầng 8, Thung Lũng Thâm Sâu, Gian Trá: Ngục Thứ Tám

Cố vấn xấu xa: Ulysses, Diomedes và những người khác bị thiêu đốt trong lửa

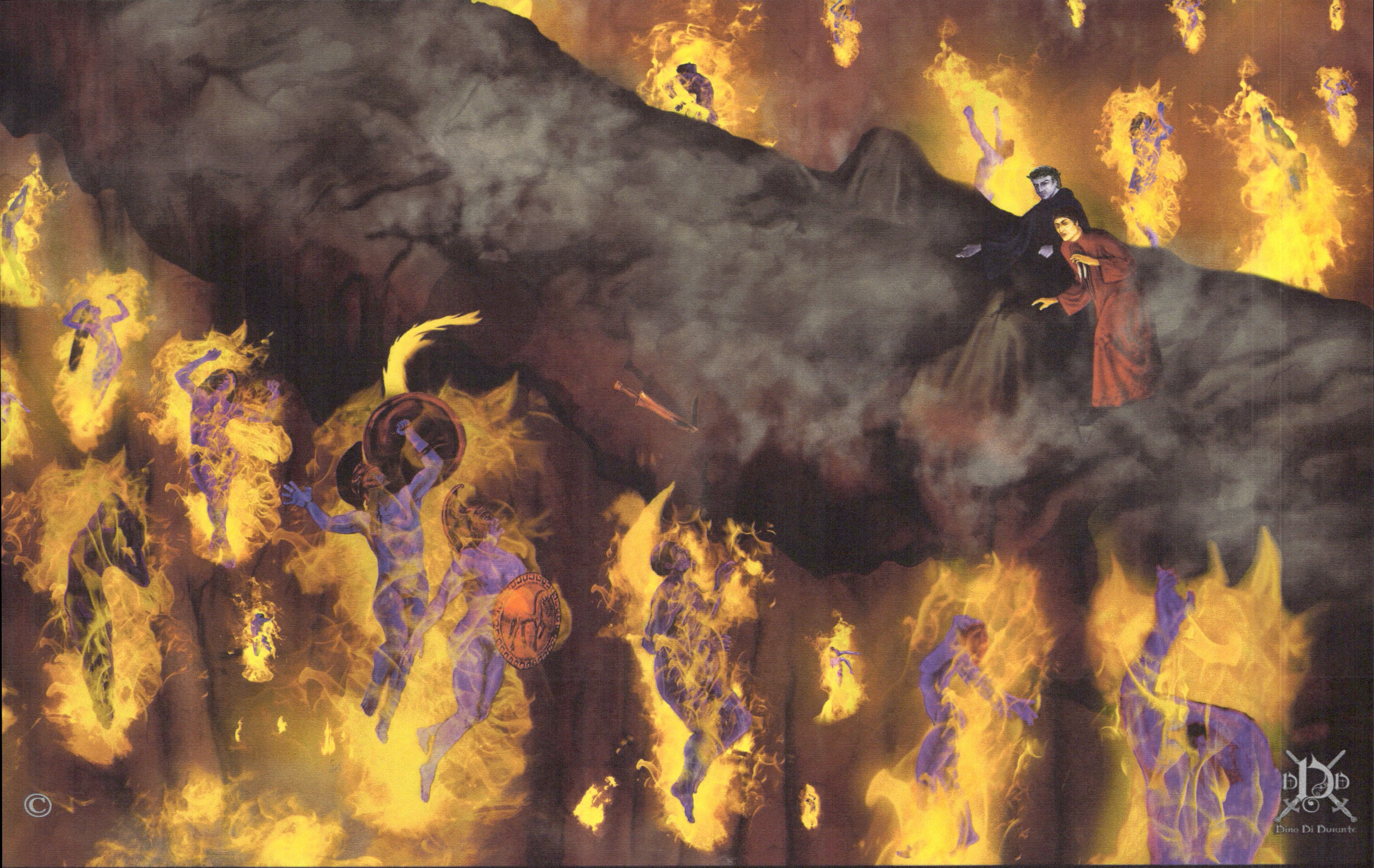

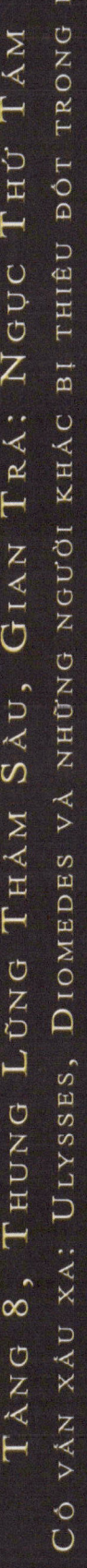

TẦNG 8, THUNG LŨNG THẲM SÂU, GIAN TRÁ: NGỤC THỨ MƯỜI
Bọn Làm Giả Kim, Làm Hàng Giả, Làm Tiền Giả và Mạo Danh

LÍNH CANH TẦNG THỨ 9

ĐÁM KHỔNG LỒ: EPHIALTES, ANTAEUS VÀ NIMROD

Tầng 9 – Phản Bội

Bắt gặp Ugolino đang nhai đầu Giám mục Ruggieri

THE TẦNG 9 - PHẢN BỘI

LUCIFER NGẬP NỬA THÂN TRONG BĂNG GIÁ NHAI BA TỘI NHÂN

TẦNG 9 - PHẢN BỘI

Lucifer nhai Judas, Brutus và Cassius

Cuộc Trốn Thoát Ngoạn Mục

Virgil cõng Dante trên lưng, trèo về phía phần dưới cơ thể Lucifer và sau đó trèo ngược lên lại

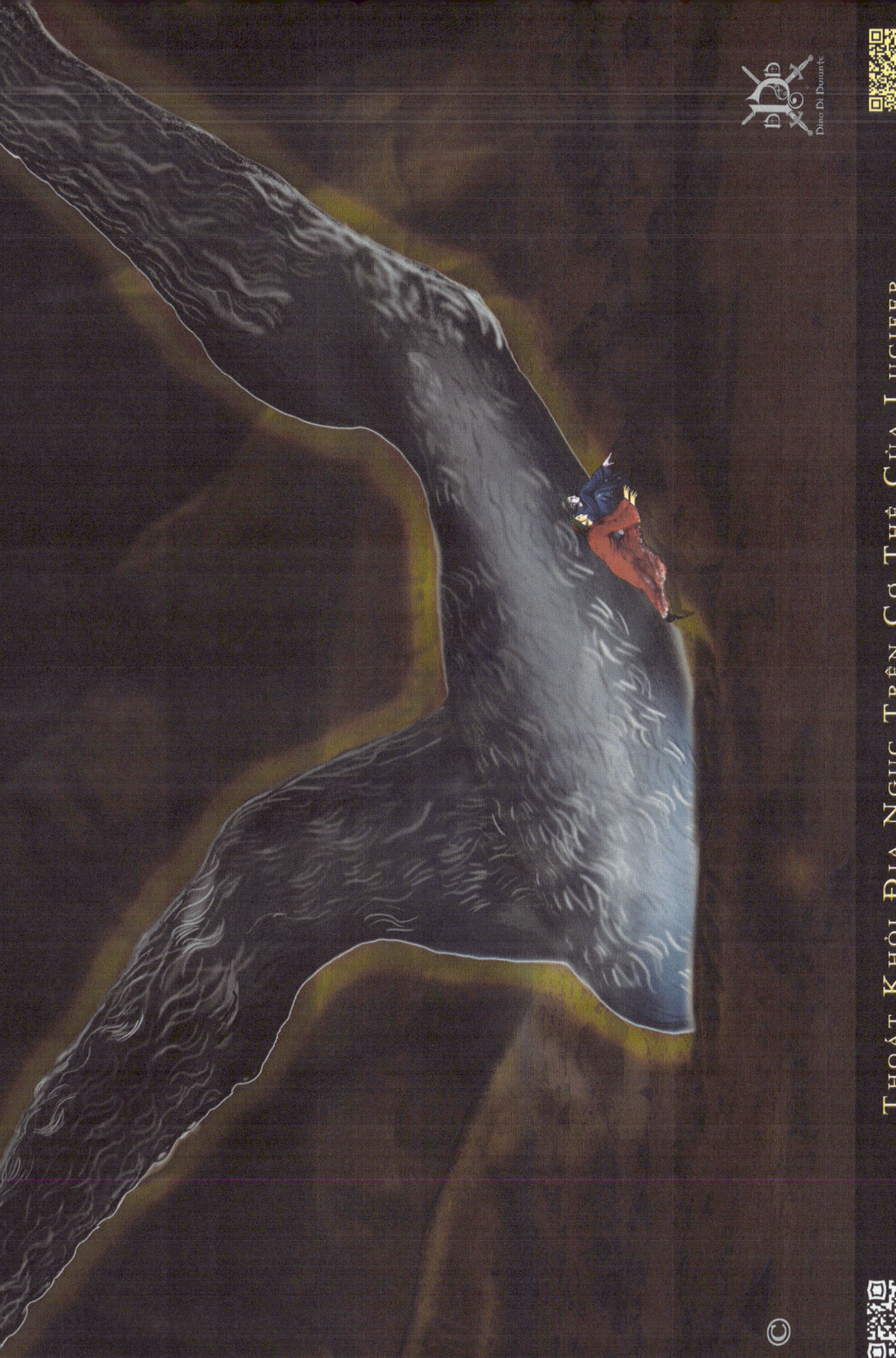

HƯỚNG TỚI LỐI RA

DANTE VÀ VIRGIL DẦN THOÁT KHỎI LUCIFER

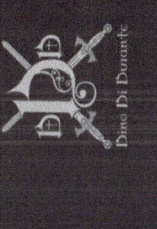

Đến Gần Lối Ra

Dante và Virgil trên đường tới thế giới bên ngoài

ÁNH SÁNG LE LÓI

CÁC NHÀ THƠ TRÔNG THẤY ÁNH SÁNG QUA MỘT LỖ TRÒN

TIA SÁNG DẪN ĐƯỜNG

DANTE VÀ VIRGIL ĐI THEO HƯỚNG ÁNH SÁNG

NHỮNG NGÔI SAO

DANTE VÀ VIRGIL THOÁT RA THEO HƯỚNG ÁNH SAO

THÓAT RA ĐẾN LUYỆN NGỤC

CÁC NHÀ THƠ QUAN SÁT SAO KIM VÀ CÁC NGÔI SAO PHẢN CHIẾU TRÊN BIỂN

BẦU TRỜI

CHIÊM NGƯỠNG CHÒM SAO NAM THẬP TỰ VÀ CHÒM SAO SONG NGƯ

MẢNH GHÉP ĐỊA NGỤC

DANTE VÀ QUÁI VẬT PLUTO, QUÁI VẬT MINOS VÀ HAI KẺ TỰ SÁT

Armand Mastroianni
Presents
Dante's Hell Animated
A Film Produced and Directed by Boris Acosta
Artwork by Dino Di Durante
Eric Roberts
Nia Peeples
Vincent Spano
Jeff Conaway
Hélène Cardona
Al Sapienza
Shirly Brener
Rico Simonini
Vanna Bonta
Adrian Paul
www.DantesHellAnimated.com

Armand Mastroianni

presenta

Inferno Dantesco Animato

Regia di Boris Acosta

Vittorio Gassman — Franco Nero — Vittorio Matteucci — Silvia Colloca — Marco Bonini — Cosimo Fusco

Veronica De Laurentiis — Susanna Cappellaro — Arnoldo Foà — Simona Caparrini — Mario Opinato

Sceneggiatore - Dante Alighieri
Adattamento - Dino Di Durante
Produttore - Boris Acosta
Musica - Aldo De Tata e Maria Eolani
www.InfernoDantescoAnimato.com

www.ingramcontent.com/pod-product-compliance
Lightning Source LLC
Chambersburg PA
CBHW040825050726

47507CB00021B/139